या कुन्देन्दुतुषारहारधवला या शुभ्रवस्त्रावृता
या वीणावरदण्डमण्डितकरा या श्वेतपद्मासना ।
या ब्रह्माऽच्युतशंकरप्रभृतिभिर् देवैः सदावन्दिता
सा माम् पातु सरस्वती भगवती निःशेषजाड्यापहा ॥

જે મોગરો, ચંદ્ર કે બરફના હાર જેવી ગૌરવર્ણ છે, જેણે શ્વેત વસ્ત્રો પહેરેલાં છે, જેના હાથ વીણાના સુંદર દંડથી સુશોભિત છે, જે સફેદ કમળ ઉપર વિરાજે છે, બ્રહ્મા, વિષ્ણુ, મહેશથી માંડીને બધા દેવો જેને હંમેશાં સ્તવે છે, તે સમગ્ર અજ્ઞાન જડતાનો નાશ કરનાર દેવી સરસ્વતી મારું રક્ષણ કરો.

કેળવે તે કેળવણી

નરેન્દ્ર મોદી

પ્રભાત પ્રકાશન

પ્રકાશક • **પ્રભાત પ્રકાશન પ્રા.લિ.**
4/19, આસફઅલી રોડ,
નવી દિલ્હી - 110002

આવૃત્તિ • 2022
મૂલ્ય • પાંચસો રુપિયા
મુદ્રક • આર-ટેક ઓફસેટ પ્રિન્ટર્સ, દિલ્હી

કેળવે તે કેળવણી/**KELVE TE KELAVANI**
by Shri Narendra Modi ₹ 500.00
Published by Prabhat Prakashan Pvt. Ltd., 4/19 Asaf Ali Road, New Delhi-2
e-mail: prabhatbooks@gmail.com ISBN 978-93-5562-007-1

આ પુસ્તક અગાઉ ઇમેજ પબ્લિકેશને પ્રકાશિત કર્યા છે

न चौरहार्यं न च राजहार्यं, न भ्रातृभाज्यं न च भारकारि ।
व्यये कृते वर्धत एव नित्यं विद्याधनं सर्वधनप्रधानम् ॥

विद्या नाम नरस्य रूपमधिकं प्रच्छन्नगुप्तं धनं
विद्या भोगकरी यशःसुखकरी विद्या गुरूणां गुरुः ।
विद्या बन्धुजनो विदेशगमने विद्या परं दैवतं
विद्या राजसु पूज्यते नहि धनं विद्याविहीनः पशुः ॥

હું ભિક્ષુક છું.

ભિક્ષામાં મને

દીકરીને ભણાવવાનું વચન આપો.

શાળા ત્યારે જ વિદ્યામંદિર બની શકે

જ્યારે વિદ્યાર્થી, વાલી અને સમાજ સહુ

શાળાને શિક્ષણ માટેની સાધનાભૂમિ બનાવે.

જ્યાં નિયમિતતા, પવિત્રતા અને

જ્ઞાનપિપાસાની સરવાણી વહેતી હોય.

શિક્ષણ હશે તો જ જીવનમાં બધું આવશે.
સરકાર રસ્તો બનાવે, દવાખાનું પણ બનાવી આપે,
શાળાનું મકાન પણ સરકાર ઊભું કરી આપે,
પણ તમારા ઘરમાં રોનક તો ત્યારે જ આવે જ્યારે
તમારાં સંતાનો ભણેલાં હોય.
મને ખાતરી છે, શિક્ષણ પ્રત્યે ધ્યાન આપીશું તો સમાજની પ્રગતિ થશે.

ગુજરાત
એ દેશનું
પહેલું રાજ્ય છે,
જેમાં
એક પણ વિદ્યાર્થી
એવો નથી
કે જેને
વીમાનું રક્ષણ
ન મળતું હોય.

મહાત્મા ગાંધીજી કહેતા હતા કે,

જો એક દીકરો ભણે તો એક વ્યક્તિ ભણે છે,
પણ જો દીકરી ભણે તો આખું કુટુંબ ભણતું હોય છે.

હું તો કહું છું કે જો દીકરી ભણે તો
એક નહીં પણ બે કુટુંબ તરી જાય છે –
એક તેનાં મા-બાપનું કુટુંબ એટલે કે
પિયરિયાં અને બીજા તેનાં સાસરિયાં...
માટે દીકરીને ભણાવો.
જો શિક્ષણ હશે તો જાગૃતિ આવશે, વધુ સારું કરવાની ઇચ્છા જાગશે.

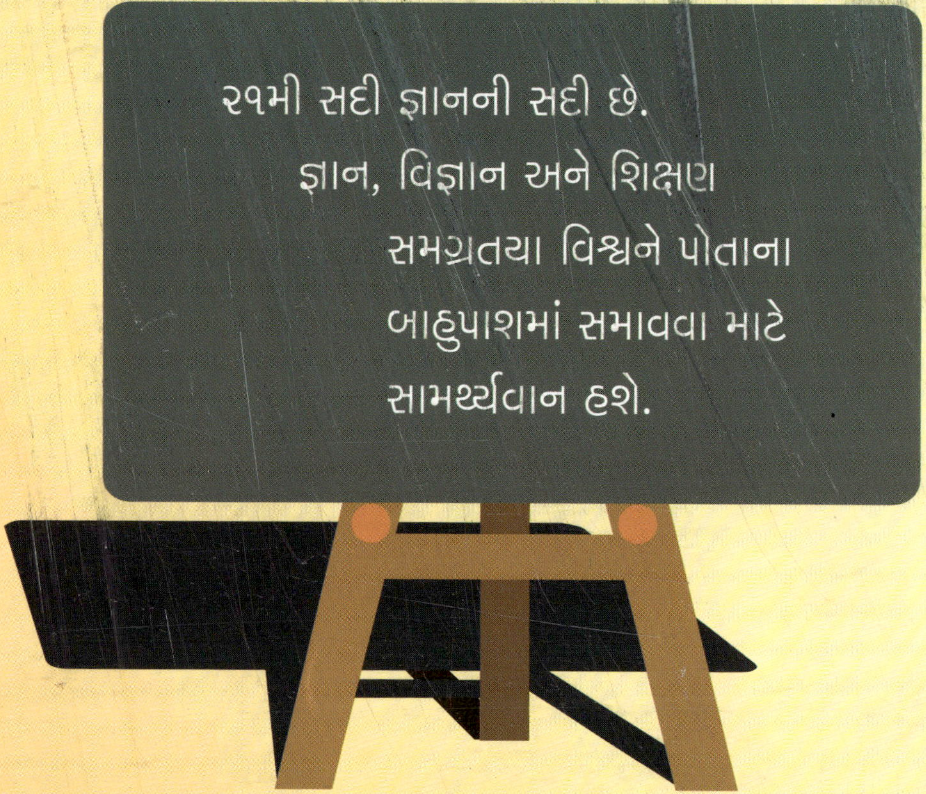
૨૧મી સદી જ્ઞાનની સદી છે.
જ્ઞાન, વિજ્ઞાન અને શિક્ષણ
સમગ્રતયા વિશ્વને પોતાના
બાહુપાશમાં સમાવવા માટે
સામર્થ્યવાન હશે.

ગામમાં સારા રસ્તા,
સારાં ઘર, પૂરતી વીજળી,
સરસ શાળા કે સરસ દવાખાનું
એ પ્રગતિના માપદંડ ખરાં...

પરંતુ મારે મન તો
૧૦૦ ટકા સાક્ષર ગામ
એ સાચી પ્રગતિનું પ્રતીક છે.

ગુજરાતને ગિજુભાઈ જેવા સમર્થ
કેળવણીકાર મળ્યા તે આપણું સૌભાગ્ય છે.
દર્શકે ગિજુભાઈ માટે કેવી સરસ વાત કહી છે:

> 'ગિજુભાઈની કલમે અને
> જીભે સરસ્વતી બેઠી હતી.
> બાળકો તેમને જોઈ ઘેલાં થતાં.
> બાળકોને વશ કરવાની
> એમના જેવી સૂઝ કોઈમાં ન હતી.'

૪૪ ડિગ્રી તાપમાન વચ્ચે
જ્યાં જ્યાં શિક્ષણ ઓછું છે,
એ ગામડાંઓમાં જવું, જવું અને જવું.
અને ગામની કોઈ દીકરી અભણ રહી ન જાય
તેને માટે ચિંતા કરવી.

મારી સામાજિક સંસ્થાઓને વિનંતી છે,
મારી અખબારી આલમને વિનંતી છે કે
જૂન મહિનો એક વાતાવરણ
– શિક્ષણનું વાતાવરણ
– નિશાળોમાં જવાનું વાતાવરણ –
બનાવવામાં મદદ કરો.
બહુ મોટી સેવા થશે અને આ સમાજનું ભલું કર્યાનો સૌને સંતોષ મળશે.

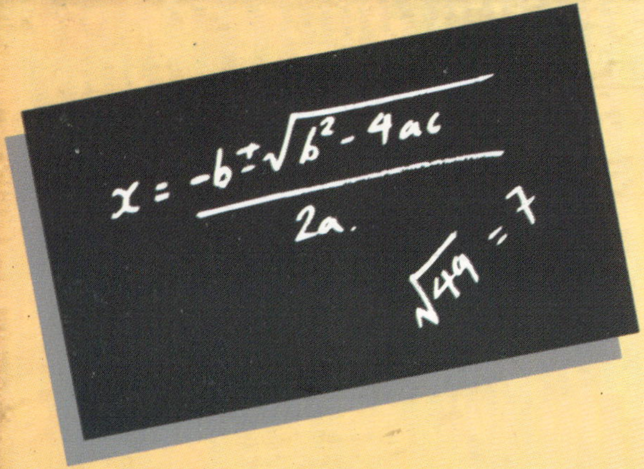

પાંચમા ધોરણથી બાળકોને

વિજ્ઞાન અને ગણિતના વિષયો અંગ્રેજીમાં ભણાવવા

અને

બાકીના વિષયો એની માતૃભાષામાં ભણાવવા,

જેથી કરીને બાળકો જ્યારે સ્પર્ધાના જગતમાં પ્રવેશે ત્યારે

અંગ્રેજીનો અભાવ ન હોય અને અંગ્રેજીનો પ્રભાવ પણ ન હોય!

શિક્ષણનો અર્થ નૉલેજ – જ્ઞાન એટલો જ નથી થતો. શિક્ષણમાં જીવન પણ છે. શિક્ષણ એ વ્યવસ્થા નથી, શિક્ષણ એ કર્તવ્ય છે અને શિક્ષણ એ માત્ર ઉપાર્જનનું માધ્યમ નથી, શિક્ષણ એ આપવાની પરંપરાનો ઉમદા ખજાનો છે.

ભવ્યતા કોને ન ગમે?

શિક્ષણ પણ ભવ્યતાને પામવાનું સાધન બની શકે.

પરંતુ દિવ્યતા વગર ભવ્યતા શોભતી નથી.

પારિવારિક સંસ્કાર, શિક્ષાસંસ્કાર અને સામાજિક સંસ્કાર વારસાથી

જીવનમાં દિવ્યતા પાંગરતી હોય છે.

શિક્ષણ જીવનને આત્મનિર્ભર બનાવે.
શિક્ષણ મનુષ્યને સમાજમાં ગૌરવભેર જીવવાની પ્રેરણા આપે.

શિક્ષક માટે સૌથી પહેલી આવશ્યકતા છે કે
એને ખબર હોવી જોઈએ કે તેનામાં કયા ગુણ છે,
અને શિક્ષકે પોતાનામાં રહેલા ગુણોના સહારે જીવવું પડે.
– તેને સહારે જ ચાલવું પડે.

કન્યાકેળવણીની રથયાત્રા આપના ગામમાં આવી છે.
શિક્ષણનું એક આંદોલન ઊભું થઈ ગયું?
ના, આ તો આંદોલનની શરૂઆત છે.
કન્યાકેળવણીનો રથ દરેકેદરેક મા-બાપે ખેંચવો પડશે.
દીકરા-દીકરી બધાંને ભણાવવાં પડશે.
દીકરા-દીકરીને ભણાવવાનું આંદોલન બંધ ના થાય
એની ચિંતા સમાજના સહુએ કરવી રહી.

આપણે ત્યાં ભણતર, ગણતર, ઘડતર આ ત્રણ શબ્દોનો પ્રયોગ થાય છે.

પુસ્તકિયું જ્ઞાન માત્ર એ મનુષ્યના વિકાસનો આધાર છે એવું આપણે સ્વીકાર્યું નથી.

આપણે ત્યાં શિક્ષા અને દીક્ષા એવા શબ્દપ્રયોગો છે.

જ્યાં સુધી દીક્ષિત ન થાઓ ત્યાં સુધી શિક્ષણ પૂરું થતું નથી.

શિક્ષિત થયા હશો પણ દીક્ષિત થવું અનિવાર્ય માનવામાં આવે છે.

નોબેલ પુરસ્કાર વિજેતા અમર્ત્ય સેનનું પુસ્તક વાંચવા જેવું છે.
તેઓ કહે છે કે હિન્દુસ્તાનની વિકાસયાત્રાનો માર્ગ કયો હોય?
દુનિયા આખીમાં વિકાસયાત્રાની ચર્ચા, આર્થિક વિકાસ સાથે જોડાયેલી છે.
અમર્ત્ય સેને કહ્યું, હિન્દુસ્તાનની વિકાસયાત્રાનો આધાર તેનું પ્રાથમિક શિક્ષણ છે.
આ દેશ પ્રાથમિક શિક્ષણ માટે કેટલો સંવેદનશીલ છે તે છે.
આ દેશની પ્રાથમિક શિક્ષણમાં ભણનારી પેઢી એ આવતી કાલના ભારતની નિર્માતા છે.
સદ્‌નસીબે નોબેલ પુરસ્કાર વિજેતા અમર્ત્ય સેનની આંખો માત્ર ને માત્ર
આ દેશના શિક્ષણ પર લાગેલી છે, આપના બધા ઉપર લાગેલી છે.

આજે તો શિક્ષક છે, શાળા છે, ઇચ્છા જોઈએ.

આપણે નક્કી કરવું જોઈએ, આ બાળકોના ભણતર માટે રાજ્ય સરકારે વ્યવસ્થા કરી છે.

ગરીબ પરિવારો રોજી-રોટી માટે પાંચ-છ મહિના બીજે જતા હોય છે.

છોકરાંને ત્યાંની શાળામાં ભણાવવામાં આવશે, ત્યાં પરીક્ષા આપી શકાશે.

પાછા ગામ આવશો તો અહીંની શાળામાં ફરી દાખલ કરીશું પણ તેનું ભણતર બગડે નહીં તેવી યોજના છે. આ યોજનાનો લાભ કેમ ન લેવો?

ગામેગામ રોજી-રોટી માટે ભલે ફરતા રહો, પણ ભણતર બગડે નહીં તે પણ જોવું જોઈએ.

તમારી પાસેનાં આવાં ભૂલકાંઓમાંથી
કોઈની પ્રાણપ્રતિષ્ઠા થઈ શકે છે,
એ સમાજમાં ઉજ્જ્વળ બની શકે છે,
પરંતુ તમારે બાળકરૂપી
કલાકૃતિની માવજત કરવી રહી.

કલ્પના કરો કે, કેવી નાજુક અવસ્થામાં
બાળક આપણા હાથમાં આવે છે!?
એનાં મા-બાપે એ બાળકને તમારા ચરણે ધરી દીધું છે.

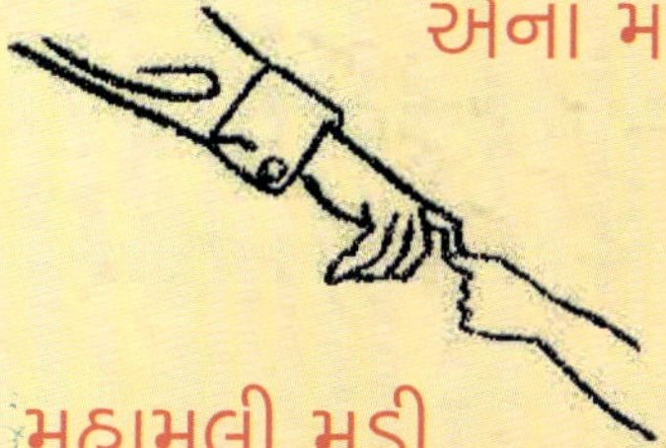

આ સમાજે એની મહામૂલી મૂડી
તમારા ચરણે ધરી દીધી છે એની કલ્પના કરો.
તમારું વર્તન, તમારી વાણી, તમારું હલનચલન –
આ પ્રત્યેક ચીજ એ જુએ છે,
એના આધારે એનું જીવન આગળ વધતું હોય છે.

જિંદગી
ગુણથી ચાલે છે
કે ગુણાંકથી
તે આપણે નક્કી કરવાનું છે.

ગુણ વધે કે ગુણાંક?
ગુણ વધશે તો
ગુણાંક સાથોસાથ
આગળ ચાલશે.

પારસમણિનો એક ગુણ હોય છે,
પારસમણિનો સ્પર્શ કરે તે લોઢું સોનું થઈ જતું હોય છે,
પણ પારસમણિની એક મર્યાદા હોય છે,
એ લોખંડને સોનું બનાવી શકે છે,
પણ તેને પારસમણિ નથી બનાવી શક્તો.
આ પારસમણિની મર્યાદા છે.
શિક્ષકને મર્યાદા પાલવે નહીં,
લોખંડને સોનું બનાવીને અટકે એ શિક્ષકનું કામ અધૂરું છે,
એનામાં તો એ સામર્થ્ય જોઈએ કે વિદ્યાર્થીને સ્પર્શ કરીને પારસમણિ બનાવી દે.
એના સ્પર્શથી પારસમણિની રચના થઈ શકે. આ સામર્થ્ય એનામાં જોઈએ.

શિક્ષણને આપણે માહિતીના કેદખાનામાં પૂરી દેવા નથી માંગતા,
શિક્ષણ માહિતીથી આગળ વધે અને જ્ઞાનને સ્પર્શ કરે,
શિક્ષણ જ્ઞાનથી આગળ વધે અને વિદ્યાને સ્પર્શ કરે
અને
શિક્ષણનો એવો આવિષ્કાર થાય કે
માહિતી મેળવતાં મેળવતાં જ્ઞાનવાન બનેલ વ્યક્તિ પ્રજ્ઞાવાન બને
અને યુગો સુધી સમાજનું કલ્યાણ કરવા માટે સમર્થ રહે.

કાળી-

ડિબાંગ રાત હોય,

ઘોર અંધકાર હોય,

પણ એક નાનકડો દીવો,

કેવો ચમત્કાર

સર્જે છે!

કન્યાકેળવણીની જ્યોતમાં

પણ એવી ચમત્કારિક શક્તિ સમાયેલી છે.

કન્યાકેળવણીની આ જ્યોત ગરીબમાં ગરીબના

ઘરે પહોંચાડવાનું કામ આપણી

સહિયારી જવાબદારી છે.

નરમાંથી નારાયણ થઈ શકે એવો આપણો વિશ્વાસ છે. 'નર કરણી કરે તો નારાયણ હો જાય' એ આપણી અનુભૂતિ છે. તેના માટે જરૂરી છે શિક્ષણ અને સંસ્કારની અવિરત ધારા વહેતી રહે. સમયાનુકૂલ પરિવર્તનનો સ્વીકાર, કાલબાહ્ય છે તેને છોડવાની તૈયારી, જે શ્રેષ્ઠ છે તેનો સ્વીકાર જ માનવીને માનવ બનાવે છે.

૨૧મી સદી જ્ઞાનની સદી છે.

આ ૨૧મી સદીમાં ગરીબી હટાવવી હશે,

તો જ્ઞાનથી જ હટાવી શકાશે.

વિજ્ઞાનનું જેટલું મહત્ત્વ છે, તેની સાથોસાથ વૈજ્ઞાનિક દૃષ્ટિકોણ પણ મહત્ત્વનો છે.
એકવીસમી સદીમાં કોઈ પણ સમાજનો મુખ્ય આધારસ્તંભ તે જ છે.
તેણે વિજ્ઞાન કેટલું આત્મસાત્ કર્યું તેના કરતાં તેનો દૃષ્ટિકોણ
કેટલો વૈજ્ઞાનિક છે તે મહત્ત્વનું છે.
વૈજ્ઞાનિક દૃષ્ટિકોણ
પ્રગતિ માટે
અત્યંત
આવશ્યક
છે.

મા-બાપ ગમે તેવી જિંદગી
જીવવા મજબૂર બન્યાં હોય.
બાપ ગમે તેવા આડા રસ્તે
ચઢી ગયો હોય, તેમ છતાંય
તે સંતાનોનું ઉજ્જ્વળ ભવિષ્ય
ઇચ્છતો હોય છે. આવાં બાળકોને
ઉગારવા માટે શિક્ષણ સિવાય કોઈ
અકસીર ઉપાય નથી.
સારા સમાજના નિર્માણમાં
આ એક જ ચાવી કામ લાગશે.

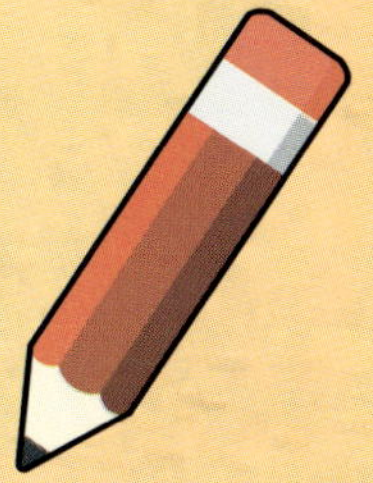

આપણા જાણીતા લેખક અને કેળવણીકાર
મનુભાઈ પંચોળી 'દર્શક' કેવી અગત્યની વાત કહી ગયા છે –

> 'ગામડાં ભાંગી શહેરો બંધાય તેવી કેળવણી
> અંતતોગત્વા અધૂરી છે. એટલે વિદ્યાર્થીઓ
> ગામડાંમાં રહેવા, ગામડાંને સુધારવા અને
> ગામડાંની વકીલાત કરવા પ્રેરાય
> તે ગામડાંની કેળવણીનું લક્ષ્ય હોવું જોઈએ.'

તેથી જ કેળવણીનું વટવૃક્ષ ગામેગામ ઊગે તે માટેની જ
મથામણ કરવા માટે હું નીકળ્યો છું.

ઘણી વાર ગામમાં, સમાજમાં એકાદ એવા આગેવાનનો જન્મ થાય છે
જે સમાજને શિક્ષણ તરફ દોરી જાય છે અને સમાજનું કલેવર બદલાઈ જાય છે.
ઉદ્યોગ સ્થાપનાર આગેવાન પાંચ-પચાસને રોજગાર આપી શકતો હશે –
પરંતુ શિક્ષણને સમર્પિત આગેવાન સમાજનું કદ-કાઠું જ બદલી નાખી મોટી સેવા કરે છે.

ઇચ્છા + સ્થિરતા = સંકલ્પ

સંકલ્પ + પરિશ્રમ = સિદ્ધિ

ઇચ્છાઓ જ્યારે ચંચળ હોય છે, ત્યારે તરંગ કહેવાય છે. ઇચ્છા સ્થિર થાય તો તો સંકલ્પ બને છે. અને સંકલ્પમાં પરિશ્રમ ભળે એટલે સિદ્ધિ બની જાય.

આપણે ત્યાં શિક્ષણ ક્લાર્ક પેદા કરવા માટેનું કારખાનું ક્યારેય નહોતું.

નોકરી માટે ભટકતાં, ડિગ્રીના દસ્તાવેજો લઈને ફરનારાં ટોળાં પેદા કરવા માટે શિક્ષણ હતું જ નહીં.

આપણી પરંપરા હતી ભણતર અને ગણતરની.

– એ વાત આપણા શાસ્ત્રમાં કહેવાતી હતી, આપણા પરિવારમાં કહેવાતી હતી કે

ભઈ ભણ્યો તો છે, પણ ગણ્યો નથી.

આપણે ત્યાં શિક્ષણનું મૂલ્ય સમાજજીવનના નિર્માણ કાજે થતું હતું અને શિક્ષણ વ્યક્તિજીવનના નિર્માણનો આધાર હતું.

કાળક્રમે શિક્ષણ એક વ્યવસાય બની ગયો – એક ઉદ્યોગ બની ગયો.

શિક્ષણસંસ્થા એક કારખાનું બની ગઈ, જ્યાં રાતદિવસ યુનિવર્સિટીમાંથી ગ્રેજ્યુએટોના ઢગલા બહાર પડ્યા કરે . . .

આપણે મંદિરમાં જઈએ ત્યારે
ભગવાનને ચઢાવવાના પ્રસાદની કેટલી કાળજી લેતાં હોઈએ છીએ!
તે એઠો ન થાય, તેને નહાયા સિવાય અડાય નહીં,
તે ચોખ્ખા વાસણમાં લાવીએ, ચોખ્ખા પાણીથી ધોઈએ.
ભગવાનનું ફૂલ નીચે ના પડેલું હોય – આમ ઘણી કાળજી લેતાં હોઈએ છીએ.
પણ નિશાળમાં કદી જઈને જોતાં નથી કે નિશાળના મકાનની, નિશાળના મેદાનની,
નિશાળના શિક્ષકની, નિશાળનાં બાળકોના અભ્યાસની શી સ્થિતિ છે?

તે કાળજી લેવાવી જોઈએ. શાળાને મંદિર બનાવવું જોઈએ,
જેટલી મંદિરની કાળજી લેવાય છે તેટલી જ શાળાની કાળજી લેવી જોઈએ.
શાળા એ સરસ્વતીનું મંદિર જ છે.

સદ્નસીબે શિક્ષણ જગતમાં
માતૃશક્તિનું પ્રમાણ વધી રહ્યું છે.
હું આને સારી નિશાની અને આવકાર્ય પ્રગતિ ગણું છું,
કારણ કે નાનાં-નાનાં ભૂલકાંઓના જીવનને ફક્ત શબ્દો કે આંકડા
નહીં ઘડી શકે. તેને માટે વાત્સલ્યભાવ જોઈએ, તેની ક્ષમતાને ઓળખનાર જોઈએ,
એને કંડારનાર કોઈ જોઈએ. તો જ એ બાળક જીવનની અંદર પ્રગતિ કરી શકતું હોય છે.

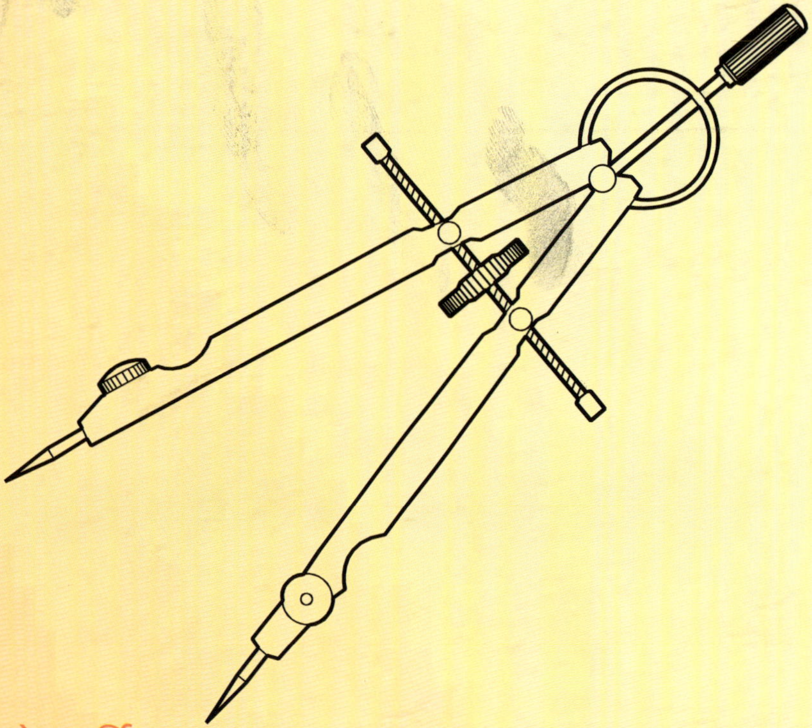

કર્મમાં ભક્તિ ભળે એ ધર્મ...

અને...

સોંપાયેલું કામ જે ભક્તિથી કરે તે ધાર્મિક...

ભવિષ્યમાં
શસ્ત્રશક્તિ નહીં
શાસ્ત્રશક્તિ વિશ્વસત્તા બનાવશે.
INFORMATION
will be the Power.

મા. નાનાજી દેશમુખે ગોંડામાં લોકશિક્ષાનું એક અભિયાન ચલાવ્યું.
ગામડે ગામડે જઈને કહે કે પ્રૌઢશિક્ષણ હોવું જોઈએ, માટે તમે શીખો. શરૂઆતમાં તો એ એવું જ કહેતા હતા કે, તમને સહી કરતાં આવડશે, પૈસાનો હિસાબ કરતાં આવડશે, ગણતરી કરતાં આવડશે, તમે બેંકમાંથી પૈસા લઈ શકશો – માટે શીખો... લોકો તૈયાર થતા જ ન હતા.

નાનાજીને થયું કે જ્યાં સુધી અહીંના લોકોની માનસિકતાને નહિ પકડીએ ત્યાં સુધી પરિવર્તન શક્ય નથી.
એમણે પરિવર્તન કર્યું – પોતાનામાં.
શું કર્યું? ...
ઝૂંપડપટ્ટીમાં, ગરીબ લોકોની વચ્ચે જઈને બેસીને કહેતા કે, તમારા ભગવાનનું નામ ખબર છે?
તો કહે, ‘હા ખબર છે, અમારા ભગવાન રામ’. ‘તો તમારા ભગવાન રામ છે, તે તમને રામ લખતાં આવડે છે?’
તો કહે, ‘ના રામ લખતાં નથી આવડતું’. તો કહે, ‘ભગવાન નારાજ થશે. તમારે રામ લખતાં તો શીખવું જ જોઈએ. તમારે કૃષ્ણ લખતાં શીખવું જોઈએ, અને તો જ તમે ભગવાન સાથે વાત કરી શકશો. ભગવાનને પત્ર લખી શકશો.’
અને ઓલા ગામડાના માનવીને થયું કે બેંકમાંથી પૈસા લેવાની સહી કરવા માટે વળી ભણવાનું શેનું?
પણ જો રામજી જોડે સંવાદ થતો હોય તો તો મારે જીવનમાં ભણવું જોઈએ અને એણે ભણવાની શરૂઆત કરી.
આમ અનેક લોકો શિક્ષિત થયા.

આપણા રાજ્યમાં કોઈ અશિક્ષિત હોય, એ કેમ પાલવે?

અને આપણા સમાજના માપદંડ તો જુઓ,

દરેકેદરેક એમ જ ઇચ્છે કે મારી પત્ની તો ભણેલી જ હોય.

દરેક મા-બાપ ઇચ્છે કે અમારે ત્યાં વહુ ભણેલી આવે તો સારું.

વહુ ભણેલી જોઈએ, પણ દીકરીને ભણાવવાની નહીં.

આ ભેદભાવ ક્યાં સુધી ચાલે?

બધાંને લક્ષ્મી જોઈતી હોય છે. લક્ષ્મી નાની બહેન છે. સરસ્વતી મોટી બહેન છે. નાની બહેન વિના મોટી બહેન ન આવે. સરસ્વતી લાવો તો લક્ષ્મી આપોઆપ આવશે. દરેકની જીભ પર, કલમ પર સરસ્વતી હોય. શિક્ષણનો વાસ ઘેર ઘેર, ગામેગામ હોય તો જય જય ગરવી ગુજરાત કરવા માટે સહિયારો પુરુષાર્થ કરવો પડે.

આ દેશમાં શિક્ષણ સમાજ આશ્રિત રહ્યું છે.

શિક્ષણ ક્યારેય રાજ્યાશ્રિત નથી રહ્યું.

શિક્ષણ સમાજપુરસ્કૃત રહ્યું છે. શિક્ષણ સમાજ વડે ચાલ્યું છે.

દરેક સાર્વજનિક સંસ્થા આધુનિક વિજ્ઞાનની મદદથી શિક્ષણ માટેની જિજ્ઞાસા જગાવે.

પહેલી વાર નિશાળે જતા બાળકનું રડવું કોઈ નવી વાત નથી. પરંતુ કેટલાક પરિવાર એવા હોય છે કે બે દિવસ બાળક રડે તો લાગણીમાં આવી બાળકને નિશાળ ન મોકલતાં ઘરે રાખવાનું પસંદ કરે. આપણે સમજવું પડશે કે બાળક અઠવાડિયું રડશે પણ જિંદગી આખી હસશે.

તેને પહેલું અઠવાડિયું રડે તો રડવા દો.
પરંતુ આખી જિંદગી તેને હસતું રાખવા
આંસુનું આ મૂડીરોકાણ ખોટું નથી.

I.T. = Information Technology

મારે મન

I.T. = India Today

B.T. = Bio-Technology

મારે મન

B.T = Bharat Tomorrow.

આપણે જાણે અજાણે શિક્ષણને જીવન સાથે ન જોડ્યું, શિક્ષણને રોજી સાથે જોડ્યું.

શિક્ષણ જીવનના વિકાસ માટે છે.

વિકસિત જીવન પોતાના માટેની આવશ્યક્તાઓ પૂર્ણ કરવા માટે સક્ષમ હોય છે.

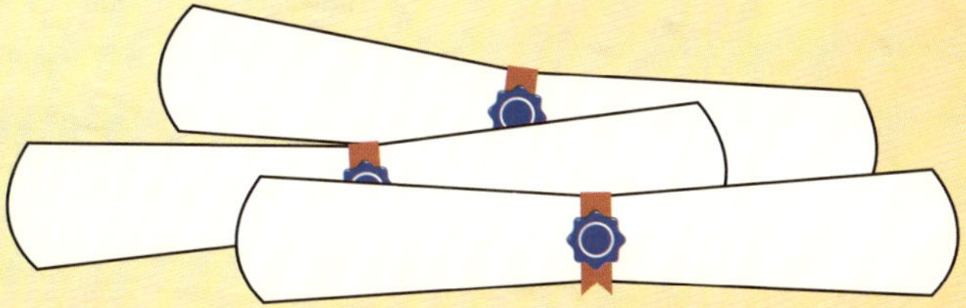

જે સમાજ પોતાના સત્ત્વ બાબતે સજાગ હોય છે તે સમાજ સામાજિક અવગુણોને ઊગતા અટકાવી શકે છે. સત્ય અને સત્ત્વની બેલડી જ ભાવિ પેઢીઓનું નિર્માણ કરી શકે.

‘જય જય ગરવી ગુજરાત’ વાળી વાત કેટલી વ્હાલી લાગે છે!

પણ શું માત્ર ઉદ્યોગ-ધંધા માત્રથી તે શક્ય બનશે?

કારખાનાઓની કતારો, આકાશમાં ઊડતાં વિમાનો, વિશાળ રસ્તાઓ – આ સઘળું વિકાસની ઓળખ કરાવે છે.

પણ ‘જય જય ગરવી ગુજરાત’ તો ત્યારે જ અનુભવાય જ્યારે દરેક ગરવો ગુજરાતી શિક્ષિત હોય.

દીકરો-દીકરી ભણેલાં હોય ત્યારે ‘જય જય ગરવી ગુજરાત’ થાય.

સમાજને પ્રગતિની રાહ પર લઈ જવો હોય તો પાકો રસ્તો,
ટૂંકો રસ્તો અને ભરોસાવાળો રસ્તો માત્ર અને માત્ર શિક્ષણ જ છે.

દીકરીને આપણે એમ પૂછીએ કે તારે ભણવાનું હોય તો ગમે?
બધી જ દીકરીઓ એમ કહે કે:
'હા, મને ભણવાનું ગમે'.

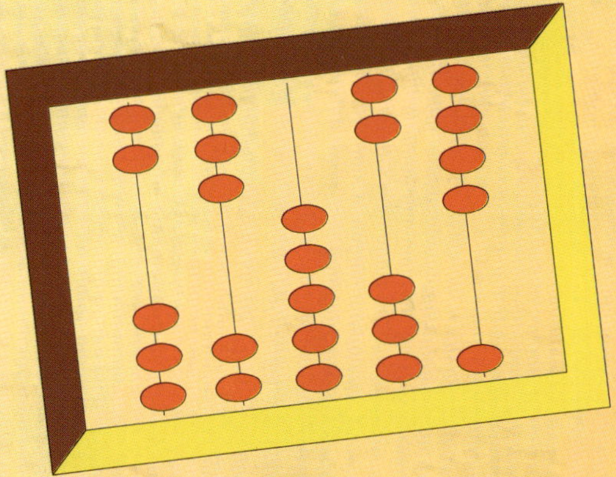

ત્યારે મા-બાપની જવાબદારી વધારે છે:
દીકરી કહેતી હોય કે મને ભણવાનું ગમે,
તો તેને રોકી રાખવાનું પાપ કરવાનો
આપણને કોઈ અધિકાર નથી.

ગુજરાતની એકેએક દીકરી ભણી-ગણીને આગળ આવે.
નારી તો શક્તિનો અવતાર છે.
તેને જો શિક્ષણનો અભિષેક કરીએ તો ગુજરાતની શક્તિ બેવડાઈ જાય.
પ્રગતિની ગતિ બેવડાઈ જાય.

ઘેર-ઘેર શિક્ષણનો દવ સળગવો જોઈએ.
દીકરીને ભણાવવાનો દિલમાં દીવો પ્રગટવો જોઈએ,
તો જ 'જય જય ગરવી ગુજરાત' થાય.

મેં તો બધાને એક મંત્ર આપ્યો છે.
વિદ્યાદાન કર્યા પછી જ કન્યાદાન કરજો.
તો કદાચ આપણું પુણ્ય બેવડાઈ જશે.
તેથી જ પહેલાં વિદ્યાદાન પછી કન્યાદાન.

આપણી સામે ભૂલકાંઓ હશે જેમને આપણે ગીત ગવડાવતાં હોઈએ છીએ,
કક્કો-બારાખડી ભણાવીએ છીએ, શિક્ષણનું કામ કરતાં હોઈએ ત્યારે
આપણે એના જીવનને ઘડતા હોઈએ છીએ.
ક્લાસમાં બેઠેલાં પાંચ-પચ્ચીસ બાળકોનું ભવિષ્ય નથી ઘડતાં,
પરંતુ એક આખી પેઢીને ઘડી રહ્યાં છીએ.

માનવજાતની વિકાસયાત્રામાં દરેકે દરેક યુગમાં શિક્ષણનું – જ્ઞાનનું મહત્ત્વ રહ્યું છે.

ભૂતકાળમાં કોઈ યુગ એવો હશે જ્યારે

એકપાઠી, દ્વિપાઠી, ત્રિપાઠી, ચતુર્પાઠી પરંપરામાં

ગુરુ પાસેથી જ્ઞાન શિષ્ય પાસે પહોંચતું અને શિષ્ય જ્ઞાનને મુખપાઠ કરતા.

એવો પણ યુગ હશે જ્યારે પર્ણ ઉપર લિપિની મદદથી જ્ઞાન સચવાયું હશે.

ક્યારેક ટાંકણાની મદદથી પથ્થરો પર લિપિ કોતરીને

જ્ઞાનને ભાવિ પેઢી માટે સુરક્ષિત રાખવાનો પ્રયાસ થયો હશે.

દરેકે દરેક યુગમાં સમાજે કોઈ ને કોઈ

નવો આવિષ્કાર કરીને જ્ઞાન અને શિક્ષણની ચિંતા કરી છે.

જ્ઞાન-વિજ્ઞાન ક્ષેત્રે નિત્ય નવી શોધ –

પેઢી દર પેઢી જ્ઞાનના સંક્રમણ માટે અવનવી પદ્ધતિ

માનવ વિકાસયાત્રાની અણમોલ વિરાસત છે.

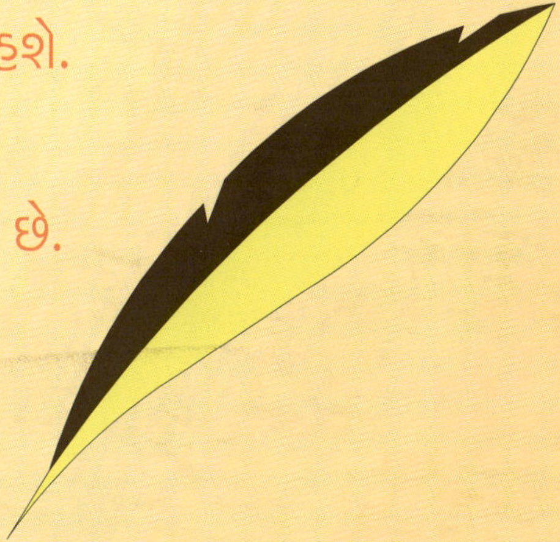

આપણે તો સંકલ્પ લેવાની જરૂર છે:

'ઈચ વન, ટીચ વન'

દરેક ભણેલો બીજાને ભણાવે,
એક એકને ભણાવે.

જગતનો દરેક સમાજ પ્રગતિ ઇચ્છે છે.
માનવમાત્ર આગળ વધવા માગે છે.
પ્રગતિ માટેનો શ્રેષ્ઠ માર્ગ છે શિક્ષણ.
કોઈ પણ રાષ્ટ્ર કે સમાજ શિક્ષણથી જ
બદલાતા જતા પ્રવાહને પકડી શકે.
વળી ભવિષ્યમાં આવનારા પડકારોને પામી શકે.
આવનારા પડકારોને પલટવા શિક્ષણ જ
સમાજ કે રાષ્ટ્રને સજ્જ કરી શકે.
શિક્ષણથી સજ્જ સમાજ કોઈ પણ દેશ માટે
બોજારૂપ નથી હોતો. શિક્ષિત સમાજ અને વ્યક્તિ
વિકાસ કે પ્રગતિની આધારશિલા બની રહે છે.

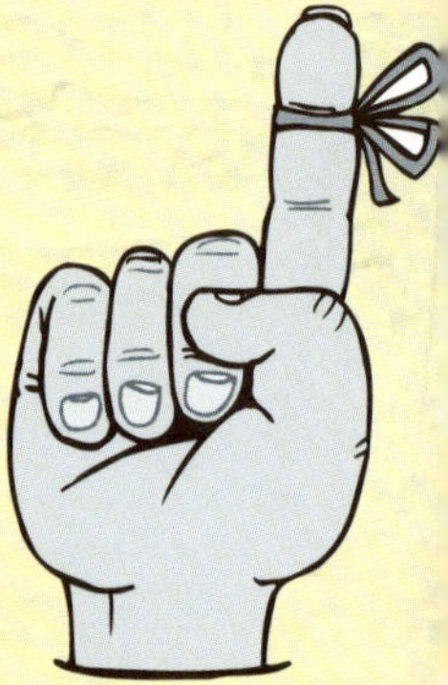

શિક્ષકમિત્રોને પણ કહેવા માગું છું:

મિકેનિક એક મોટર બગાડે તો બહુ નુકસાન નહીં થાય.

ગાડી અકસ્માત કરશે તો એકાદબેની જિંદગી બગાડશે, થોડું નુકસાન તો થશે,

પણ જો શિક્ષક તેની જવાબદારીમાં ઊણો ઊતર્યો તો આખી પેઢી બરબાદ થઈ જશે.

ગરીબ માણસ માટે એક જ આશરો છે – શિક્ષણ.
જો શિક્ષણ નહીં હોય તો આપણી ગરીબી વર્ષોવર્ષ લંબાતી રહેશે.
ગરીબીનો પટ્ટો રિન્યુ થયા કરશે. મારે આ ગરીબીના પટ્ટા રિન્યુ નથી કરવા.
મારે તો શિક્ષણ દ્વારા ગરીબીને દેશવટો આપવો છે
અને એટલા માટે હું ગુજરાતનાં ગામડાંમાં ધૂળ ફાકવા નીકળ્યો છું.

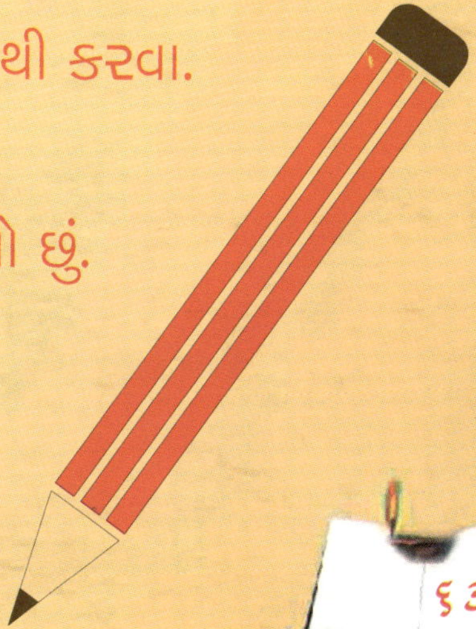

નાનાભાઈ ભટ્ટ

૬૪

ચીનમાં એક સરસ કહેવત છે –
એક વર્ષનો વિચાર કરવો હોય તો અનાજ વાવો,
દસ વર્ષનો વિચાર કરવો હોય તો ફળફળાદિના છોડ વાવો અને
પેઢી દર પેઢીનો વિચાર કરવો હોય તો મનુષ્ય વાવો.
આ મનુષ્યની વાવણી કરવાની મુખ્ય જવાબદારી શિક્ષકોની છે –
આ શિક્ષકો મનુષ્યની એવી વાવણી કરે કે જેમાંથી એવી પેઢી ઊગે
જે સમગ્ર માનવજાતના કલ્યાણ માટે કામ આવે.

આપણે માંદા પડીએ તો ડૉક્ટરને બોલાવીએ,
ડૉક્ટર આપણને સાજા કરી શકે.
ડૉક્ટરને આપણે કેવું માન આપીએ છીએ!
પણ વિચારતા નથી કે મારી દીકરીને પણ હું ભણાવું,
ભણાવી ડૉક્ટર બનાવું. અનેક બહેનો નિશાળે નથી જતી.
સાચાં મા-બાપ એ જ હોય જે પોતાનાં સંતાનોને ભણાવે.
જો છોકરો માંદો પડે તો મા-બાપ તેની ચિંતા કરશે.
સારા ડૉક્ટર પાસે લઈ જશે. છોકરો ભૂખ્યો સૂતો હોય તો તેની મા
ઊંઘતી નથી પણ છોકરો ભણે કે ના ભણે તેનું દુઃખ થતું નથી.
જ્યાં સુધી આ પરિસ્થિતિ નહીં બદલાય ત્યાં સુધી પ્રગતિ નહીં થાય.

એ વાત સ્વીકાર્યા વગર છૂટકો જ નથી કે
વિજ્ઞાનની તાકાત ઉત્તરોત્તર વિસ્તરી રહી છે.
પરંતુ આપણે નક્કી કરવું પડે કે
માહિતીનો ઢગલો જિંદગીને દિશા આપી શકે?
માનવમાં કૌવત જગાવી શકે?

તેથી જ આપણે ત્યાં ભણતર, ગણતર અને ઘડતરનું મહાત્મ્ય છે.

આપણે ત્યાં શિક્ષણને સર્વાંગીરૂપે જોવામાં ત્રણ શબ્દોનો ઉપયોગ થાય છે: ભણતર, ઘડતર અને ગણતર.

ગુજરાત સિવાય બધાં રાજ્યોમાં બે શબ્દો છે – ભણતર પણ છે, ઘડતર પણ છે પણ ગણતર એ ગુજરાતની મૉનોપોલી છે.

આ ભણતર, ઘડતર અને ગણતરની ત્રિવેણી લઈને જિંદગીને પ્રયાગરાજ બનાવી શકાય. જિંદગીને તીર્થક્ષેત્ર બનાવી શકાય

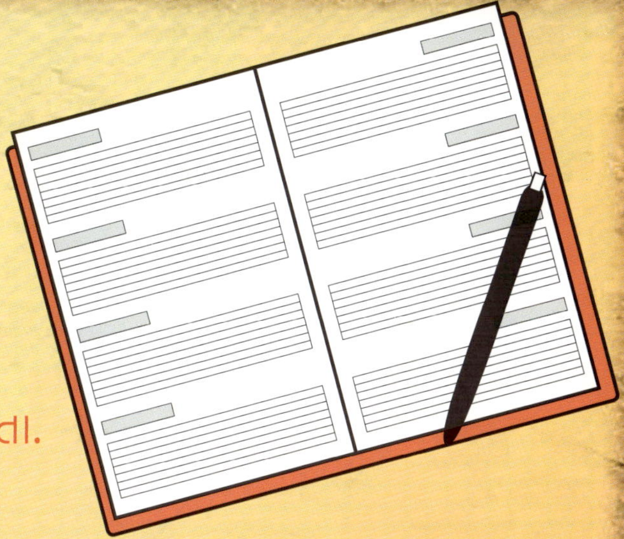

બાળક આપણને ન ગમતો પ્રશ્ન પૂછે,
તો ક્યારેય કોઈ ખોટો જવાબ ન આપતા.
ક્યારેય એના ઉપર પ્રભાવ પાડવાનો પ્રયાસ ન કરતા.

બાળક એક પ્રશ્ન પૂછે, જિજ્ઞાસાથી પૂછે.
તમે જો ખોટો જવાબ આપી દો તો એ
તેને શ્રદ્ધાભાવથી ઘેર લઈ જશે અને
જ્યારે બેપાંચ વરસે એને સત્ય સમજાશે ત્યારે
તમારું નામ એના ચોપડામાંથી નીકળી ગયું હશે.

રૂપિયાના ઢગલા થઈ ગયા એટલે
બધી પ્રગતિ થઈ ગઈ
એવા ભ્રમમાં રહેવાની જરૂર નથી.

સાચી પ્રગતિ તો ત્યારે જ થાય કે જ્યારે
શિક્ષણની દેવી આપણા ઘરમાં પધારે.
ગામમાં સરસ રસ્તા હોય,
સરસ દવાખાનું હોય,
બસસ્ટેન્ડ સરસ હોય, બધું હોય
પણ
જો ઘરમાં શિક્ષણ ન હોય તો બધું નકામું.

આપણો પૂર્વજ હતો એકલવ્ય.

એ આદિવાસી યુવક હતો.

આ એકલવ્યને ભણવાની ઇચ્છા થઈ.

તેને આશ્રમમાં કે ગુરુએ રાખ્યો નહીં. કહ્યું કે અમે તો ના ભણાવીએ.

એકલવ્યે નક્કી કર્યું, તમે રાખો કે ના રાખો, ભણાવો કે ના ભણાવો તો પણ

હું મારી રીતે ભણીશ. કોઈ પણ ગુરુની મદદ વિના જંગલમાં એકલો ભણવા માંડ્યો.

ધનુર્વિદ્યા ભણીને કર્ણ અને અર્જુનથી આગળ નીકળ્યો. આ તાકાત આદિવાસી બાળકોમાં છે.

સારા મનુષ્યનું, સારા સંસ્કારોનું, સારી પેઢીનું વાવેતર થાય તો
પેઢીઓની પેઢીઓ તરી જતી હોય છે, એનાં ફળ ભોગવતી હોય છે.
શિક્ષણ એટલે આ વાવણી અને તેથી જ સમાજ માટે શિક્ષણનું મહત્ત્વ છે, સંસ્કારનું મહત્ત્વ છે.

હું આપને ઉપદેશ આપવા નથી આવ્યો,
પણ ભિક્ષા માંગવા આવ્યો છું.
સલાહ આપવા નથી આવ્યો પણ આવતી કાલ માંગવા આવ્યો છું.

ભિક્ષામાં મને આપના રૂપિયા-પૈસા, ફળ-ફળાદિ નથી જોઈતાં.
મને તમારું વચન જોઈએ છે.
તમારા કુટુંબમાં એક પણ દીકરી અભણ ન હોય,
ગામમાં કોઈ દીકરી અભણ ન હોય.
ખરેખરી આવતી કાલ એ જ છે.

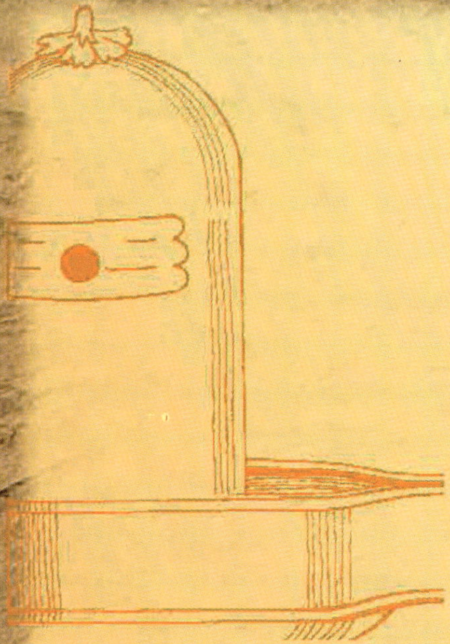

હિમાલયમાંથી ઘસાતો ઘસાતો કઠોર પથ્થર પણ
કાશી સુધી પહોંચે ત્યાં સુધીમાં સરસ મજાનો લીસો થઈ જતો હોય છે.
પણ ખૂબ ઓછા પથ્થર હોય છે જે શિવલિંગ બની શકે છે.
શિક્ષક પણ વિચારે કે ભલે મારા હાથ નીચેથી પસાર થાય,
પસાર થતાં થતાં એ લીસા તો થશે જ.
અને ક્યારેક કોઈક તો નીકળશે જે શિવલિંગ બની જશે અને
કોઈક તો હશે ને જે હીરો બનીને ભારતમાતાના ભાલ ઉપર ચમકતો હશે.
આ ભાવ જ્યાં સુધી હૃદયના ઊંડાણમાં ન જાગે
ત્યાં સુધી બાળકોના જીવનને પલટી નહીં શકીએ.

આધુનિક વિજ્ઞાને જ્ઞાનની ક્ષિતિજો વિસ્તારી દીધી છે.
જ્ઞાનની ગંગાનું ઘરઆંગણે આચમન શક્ય બન્યું છે.
જ્ઞાન જાણે આંગળીને ટેરવે ટહુકો કરી રહ્યું છે.
આ સઘળું હોવા છતાંય જો જ્ઞાનની પિપાસા નહીં હોય તો?
માત્ર ટેક્નોલૉજી જ્ઞાનનું અમૃત ઘરે ઘરે નહીં પહોંચાડી શકે.
વ્યક્તિ-વ્યક્તિ સુધી જ્ઞાનનું આ અમૃત ત્યારે જ પહોંચે
જ્યારે સમાજમાં જ્ઞાનપિપાસાનું વાતાવરણ બને.

આપણાં મંદિરો જુઓ.
દેવી-દેવતાઓને યાદ કરો.
માતા સરસ્વતી વિદ્યાની દેવી,
માતા લક્ષ્મી ધનની દેવી,
માતા દુર્ગા શક્તિની દેવી...
મા કાલી, મા અંબે, મા ગાયત્રી...
કેટકેટલાં નામ આપું?

અને

બીજી બાજુ નારી શિક્ષણ વિનાની હોય
તેનાથી વધારે પીડાકારક શું હોય?

મા નોકરીએ જાય છે,
બાપને ફુરસદ નથી,
ઘર ઉપર ટીવીએ
કબજો જમાવ્યો છે,
બધા પાસે પાસે છે
પણ સાથે સાથે નથી.

આવી સ્થિતિમાં બાળકને કાંઈક જોઈએ છે.
એક શિક્ષક સિવાય આ કોઈ નહીં આપી શકે,
આ એક આધાર બચ્યો છે. આ એક છત્રછાયા બચી છે,
અને એને પણ જો કોઈ આંચ આવી તો – કલ્પના કરવી પણ અતિ ભયાનક લાગે છે.

તમે કલ્પના કરો કે
જેણે બચપણમાં ડૉક્ટર અબ્દુલ કલામને ભણાવ્યા હશે,
એ શિક્ષકની આજે મનઃસ્થિતિ કેવી હશે?
એ વિચારતા નહીં હોય કે મને પ્રોવિડંટ ફંડ મળ્યું છે કે નથી મળ્યું,
એ વિચારતા નહીં હોય કે વિદ્યાસહાયક તરીકે ચાર વરસ મજૂરી કરી પછી મને માન્યતા મળી હતી.
એ એવો વિચાર નહીં કરતા હોય. એમણે તો સ્વાન્તઃ સુખાય ભણાવ્યું હશે.
એમને એમ થતું હશે કે જેને મેં ક,ખ,ગ ભણાવ્યું હતું તે ડૉ. અબ્દુલ કલામ બની ગયા આજે.
એમના જીવનમાં કેટલો સંતોષ હશે!

આપણે ત્યાં અંગ્રેજી ભણાવાય છે.

હું માનું છું કે અંગ્રેજી ભણાવવું ખોટું નથી.

પણ અંગ્રેજી ભણાવતી વખતે 'રામ' ને 'રામા' કહેવું જરૂરી છે?

શિક્ષણમાં ચાલતી પ્રવૃત્તિ એ મારી રુચિનો વિષય છે, મારા શોખનો વિષય છે.
એક વાર પાંચમાછઠ્ઠા ધોરણનાં બાળકો સાથે હું બેઠો હતો. મેં એમને પ્રશ્ન પૂછ્યો. મેં કહ્યું,
'ભાઈ તમારામાં કયો ગુણ છે? તમને કંઈ ધ્યાનમાં આવે છે? વિચાર કરીને કહો.'
બધાં બાળકોએ અલગ અલગ જવાબ આપ્યા. કોઈએ કહ્યું, મારા અક્ષરો બહુ સરસ છે,
કોઈએ કહ્યું, હું સમયસર ઊઠું છું. મારા આશ્ચર્ય વચ્ચે એક બાળકે મને એવું કહ્યું કે,
મારામાં ધૈર્ય છે. તમે કલ્પી શકો કે પાંચમા કે છઠ્ઠા ધોરણમાં ભણતો બાળક એમ કહે કે
મને એમ લાગે છે કે મારામાં ધૈર્ય છે. એક વિશિષ્ટ પ્રકારનો ગુણ છે. એનો અર્થ કે એને
પરમાત્માએ પૃથક્કરણ કરવાની કેટલી તાકાત આપી હશે! મેં એને પૂછ્યું કે કેવી રીતે?
તમને પણ જાણીને આશ્ચર્ય થશે. એણે કહ્યું કે અમે બધા જમવા બેઠા હોઈએ તો
રોટલી પીરસવાવાળો આવે તો મારી આજુબાજુના બધા ઊંચા-નીચા થાય. જલદી આવે, જલદી આવે,
પણ મને કશું નથી થતું. મને એમ થાય કે આવશે. અને આવું તો ઘણી વાર થાય છે.
અને મને લાગે છે કે મારામાં અદ્ભુત ધૈર્ય છે. તમે કલ્પના કરો કે નાનકડા બાળકને પણ –
એને ઝંઝોળવામાં આવે, એને જ્યારે સ્પર્શ કરવામાં આવે તો –
ખબર હોય છે કે એની નબળાઈ કઈ છે, એની તાકાત કઈ છે.

તમે દુનિયાના કોઈ પણ મહાપુરુષની
આત્મકથા વાંચશો, તેનું જીવનચરિત્ર લખાયું હશે તો તેમાં
બે બાબતોનો ઉલ્લેખ હશે:
એક, મારા વિકાસમાં મારી માતાનો ફાળો.
બીજું, મારા વિકાસમાં શિક્ષકનો ફાળો.

પચાસ-સો-હજાર-પાંચ હજાર રૂપિયાનો પગાર એ કંઈ જિંદગી નથી.
પ્રત્યેક મહાપુરુષ કહે છે કે મારા વિકાસના મૂળમાં મારો શિક્ષક છે.
શિક્ષક માટે આનાથી વધુ સંતોષ કયો હોઈ શકે?

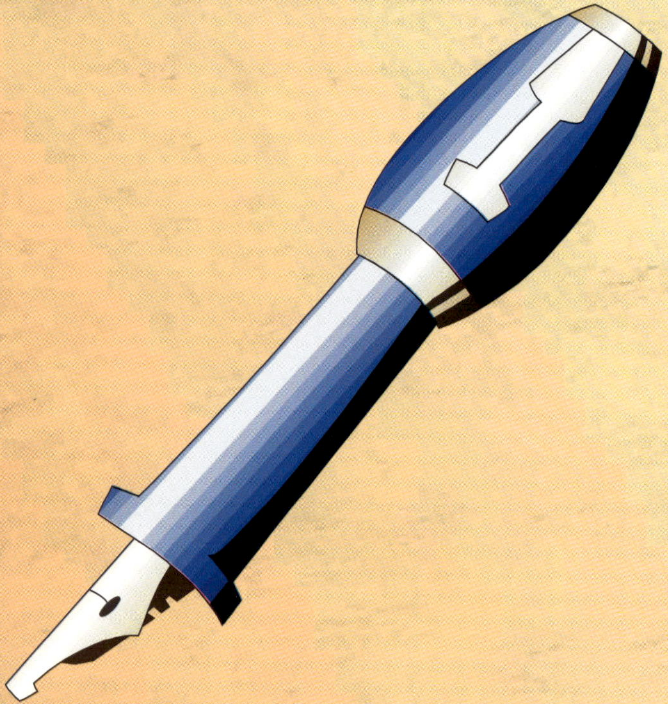

સમાજનો મેળાવડો હોય,
જ્ઞાતિજનો બધા ભેગા થયા હોય,
અને એમાં એકાદ ભણેલો માણસ હોય તો
આખો સમાજ એનું માને છે કે નહીં?
એકાદ ભણેલો માણસ હોય તો તરત એની વાત બધા માને...
કેમ?
તો કહે, ભણ્યો છે, એને વધારે ખબર હોય.
બહેનોમાં એકાદ ભણેલી બહેન હોય તો એને સૌ આદરથી જુએ.

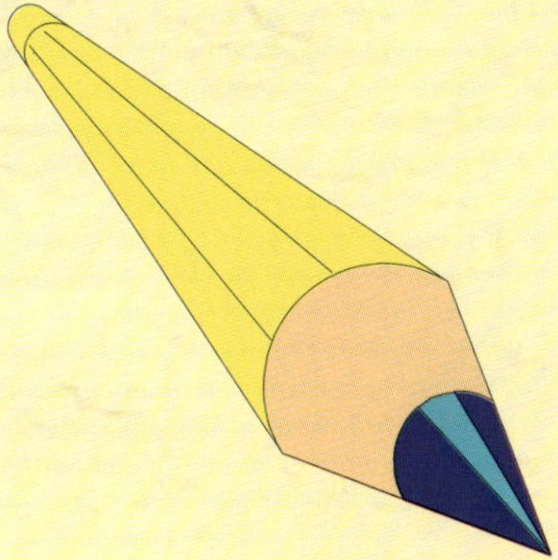

શાળા મારી તીર્થભૂમિ,
કદાચ એ દીવાલો પર લખાતું હશે,
પણ એ તીર્થભૂમિનો પરમાત્મા કોણ એ ખોજનો વિષય છે.
અગર એનો પરમાત્મા શોધી લઈશું તો શાળામાં તીર્થભૂમિની અનુભૂતિ થશે.

ડૉ. રાધાકૃષ્ણન્ જીવનપર્યંત પોતાની ઓળખ
એક શિક્ષક તરીકે આપતા હતા.

ચાણક્ય, જેમણે અર્થવ્યવસ્થાનું નિર્માણ કર્યું છે
તેમ છતાં જીવનપર્યંત પોતાની જાતને માત્ર ને માત્ર
એક શિક્ષક તરીકે ઓળખાવતા હતા.

'હું ક્રાંતિનું વાવેતર કરું છું. ક્રાંતિના બીજનું વાવેતર કરું છું.'
શિક્ષકોમાં સામર્થ્ય કેટલું હોય છે, એનો એ વખતે અંદાજ ન આવે
પરંતુ કર્તવ્યનો આનંદ જરૂર મળે છે.

ગુજરાતનાં બાળકોમાં ક્ષમતા હોવા છતાં –

જ્ઞાન હોવા છતાં ક્યારેક ભાષાની ઊણપને કારણે ઘણું ગુમાવવું પડતું હોય છે.

ભાષાને કારણે બાળકોના જીવનમાં હીનતાનો ભાવ ન જાગે.

એની શક્તિના પ્રગટીકરણ માટે જે આત્મવિશ્વાસની આવશ્યકતા છે

તેની પૂર્તિ થાય એવી કોઈ યોજના ઘડી કાઢવી જોઈએ.

મારિયા મૉન્ટેસોરી

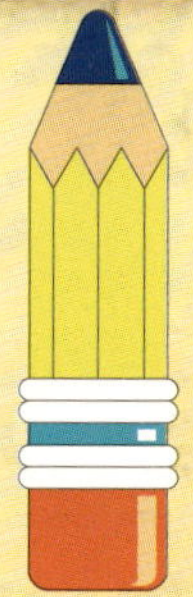

બાળકની શક્તિને ઓળખો,

બાળકનો સ્વભાવ અનુકરણનો હોય છે.

આજે એના જીવનમાં પ્રેરણામૂર્તિ હોય તો તે શિક્ષક હોય છે.

એને એ જુએ છે અને એની દરેક ગતિ-વિધિને જુએ છે,

એ કઈ રીતે બોલે છે, એ કપડાં કેવાં પહેરે છે, એમની વાતચીતની ઢબ કેવી છે,

બાળક બરાબર નિરીક્ષણ કરે છે અને એમાંથી કશુંક પકડીને આગળ ચાલવાની કોશિશ કરે છે.

તમારી એક અસાવધાની એની જિંદગીને રોળી નાખશે.

આપણે ત્યાં શિક્ષા અને દીક્ષા બન્નેનું મહાત્મ્ય છે.
જ્યાં સુધી દીક્ષિત ન થાઓ ત્યાં સુધી શિક્ષણ પૂરું નથી.
શિક્ષિત થયા હશો પણ દીક્ષિત થવું અનિવાર્ય માનવામાં આવે છે.

ાપણા ગામની પરિસ્થિતિ કેવી છે, કોઈ દિવસ વિચાર કર્યો છે? આપણા ગામમાં ૧૦૦માંથી ૧૦ બહેનો ભણેલી છે. ાનાથી વધારે દુ:ખની વાત કઈ હોઈ શકે? ઢોર મરવા માંડે, રોગચાળો ફેલાય તો તેને બચાવવા દોડાદોડ કરીએ, તરોના પાકમાં જીવાત પડે, કોઈ રોગ આવે તો સરકારી કચેરીઓમાં દોડીએ, સાહેબ દવા છંટાવો, પાક બચાવવા દોડીએ ણ ગામનાં સંતાનો અભણ રહી જાય તેના માટે દોડતા નથી.

મા બાબત ધ્યાને ધરવા કન્યાકેળવણી રથ લઈને આવ્યા છીએ. માતાઓને હાથ જોડીને વિનંતી કરી રહ્યા છીએ, ૂબ તકલીફો પડતી હશે. ઢોરો સચવાશે, ખેતરો પણ સચવાશે, પરંતુ તકલીફો વેઠીને પણ સંતાનોને ભણાવો.

આપણે બધા શિક્ષણની ચિંતા કરતા નથી,
બધું જ શિક્ષક પર છોડી દઈ ના શકાય.
શિક્ષણની જવાબદારી આપણા બધાની છે.
મુખ્યમંત્રી હોય કે પટાવાળો, વિદ્યાર્થી હોય કે વાલી – સર્વની ચિંતા છે.
બધા મળીને ચિંતા કરીએ તો જ શિક્ષણનો વ્યાપ વધે.

જે વિભક્ત છે એ ક્યારેય ભક્ત ન બની શકે.
ભક્ત એ જ બની શકે જે વિભક્ત નથી,
જ્યાં ભક્ત અને ભગવાન વચ્ચે અંતર નથી
એ જ ભક્ત બની શકે.

જ્યાં શિક્ષણ, વિદ્યાર્થી અને આચાર્ય વચ્ચે અંતર છે ત્યાં
કર્મયોગી બની ન શકાય, જ્યારે એ જ સત્ત્વ, એ જ રૂપ,
એ જ ભાવ, એકરસ બને ત્યારે જ કર્મયોગી
બનવાની સંભાવના હોય છે.
ભીતરથી કર્મયોગીનો ભાવ જાગવો જોઈએ.

દરેક શિક્ષકમાં એક દમ હોય છે કદાચ દરેક શિક્ષક ચાણક્ય ન બની શકે,
કદાચ દરેક શિક્ષક ભગવાન બુદ્ધ ન બની શકે પણ દરેક શિક્ષક એક સારો મૂર્તિકાર તો બની શકે ને?
ખાણમાંથી આવેલો પથ્થર, મૂર્તિકાર એને ઉઠાવે છે અને એના મનમાં એક ચિત્ર હોય છે.
ચિત્રને અનુરૂપ તે પથ્થરને કોતરતો જાય છે, રાતદિવસ મહેનત કરે છે.
પોતાના સ્વપ્નની મૂર્તિને સાકાર કરે છે, જ્યારે ટાંકણાં મારતો હોય ત્યારે એને દર્દ થતું હશે,
જોનાર કદાચ ધૈર્ય ગુમાવી બેસે કે ટાંકણું અને પથ્થર લઈ એની આખી જિંદગી બરબાદ કરી રહ્યો છે.
આ તે કેવો માણસ છે, આ પથ્થરમાં પડી રહ્યો છે.
ઘણું બધું સાંભળતો હશે પણ એની એકાગ્રતા, એનું સ્વપ્ન, એનું કૌશલ્ય, પેલા પથ્થરને મૂર્તિ બનાવી દે છે
અને મૂર્તિ જો સારા હાથે ચઢી ગઈ તો એની પ્રાણપ્રતિષ્ઠા થાય છે, અને ભગવાન બની જાય છે,
અને ખુદ મૂર્તિકાર એના ચરણોમાં સાષ્ટાંગ પ્રણામ કરતો થઈ જાય છે.
આપણા મનમાં ઇચ્છા છે કે આવી સારી મૂર્તિ તો બનાવીએ, કોઈની પ્રાણપ્રતિષ્ઠા થાય કે ન થાય,
સંભવ છે કે આવી બેપાંચ મૂર્તિઓ કોઈ કપડાં વેચનારની દુકાનમાં પડી હશે તો
નિતનવાં કપડાં પહેરીને ગ્રાહકને આકર્ષવાનું પણ કામ કરશે.
કોઈક તો એવી હશે કે એની પ્રાણપ્રતિષ્ઠા થાય, એ ભગવાન બની જાય. કોઈકને પ્રેરણા આપતી થાય.

મા-બાપ જન્મ આપે છે, ગુરુ જીવન આપે છે. આ જીવનદાતાઓ આ વિશાળ ભવનનો આત્મા છે. આ ખોળિયું (શાળાનું મકાન) તો સરકાર તૈયાર કરી શકશે; એનો આત્મા તો આ શાળાના આચાર્ય, ગુરુજનો છે.

આપણે સહુ એક ભ્રમના
શિકાર બન્યા છીએ.
જાણે કે નોકરી માટે
ભણવાનું!
ખરેખર
તો
જિંદગી
જીવી-જાણવા
માટે
ભણવાનું
હોય.

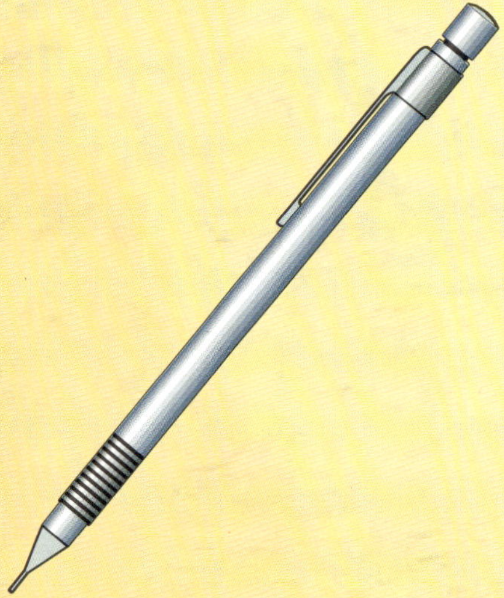

નર્મદા – સરદાર સરોવર યોજના બાબતે
ગુજરાતે જે એકતા અને મક્કમતા બતાવ્યાં છે
તેવી જ એકતા અને મક્કમતા શિક્ષણ બાબતે
બતાવીએ તો ગયા પાંચ દાયકાની જે ખોટ છે તેને
સરભર કરી વધુ સારી રીતે શિક્ષણક્ષેત્રે સજ્જ થઈ શકીએ.

I.T. + I.T. = I.T.
Indian Talent
+ Information Technology
= India Tomorrow.

હું અને તું જુદા ન પડીએ,
મારા અને તારા વચ્ચે કોઈ ભેદ ન હોય,
બાળક અને શિક્ષક વચ્ચે દ્વૈતભાવ ન હોય,
હું શિક્ષક અને તું વિદ્યાર્થી નહીં,
હું અને તું એક થઈ જઈએ, એકરૂપ બની જઈએ.

શિક્ષણ એક સાધના છે.
વિદ્યાર્થી એક સાધક છે અને
શિક્ષક એક તપસ્વી.
આ ત્રિવેણીનું મિલન ન થાય ત્યાં સુધી
વિકાસની ગંગોત્રીનું નિર્માણ નથી થતું.

श्री नरेंद्र मोदी द्वारा लिखित पुस्तकें

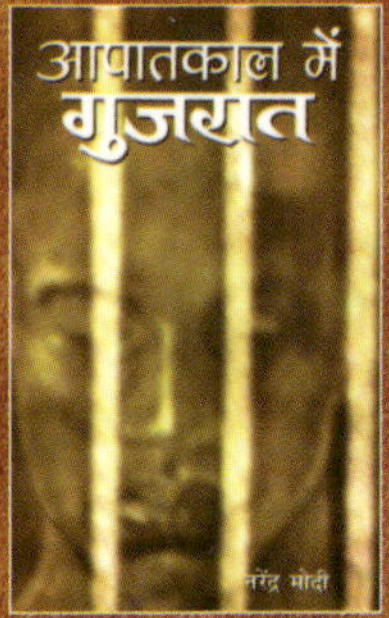

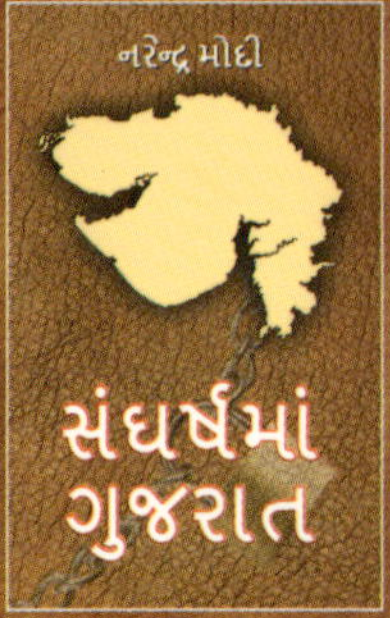